GOING HOME, COMING HOME

VỀ NHÀ, THĂM QUÊ HƯƠNG

STORY / TRUYỆN **TRUONG TRAN**

ILLUSTRATIONS / MINH HỌA **ANN PHONG**

CHILDREN'S BOOK PRESS   SAN FRANCISCO, CALIFORNIA

LỜI NÓI ĐẦU

Tôi rời Việt Nam sang Mỹ lúc mới năm tuổi, chỉ vài ngày trước khi Sài Gòn thất thủ. Ở trường, tôi học tiếng Anh và đọc truyện về những đứa trẻ khác tôi. Ở nhà, tôi nói tiếng Việt và nghe những mẩu chuyện về những người bà con giống như tôi ở một đất nước xa xăm. Nhiều người Mỹ gốc Việt cũng có kinh nghiệm giống như tôi. Mấy năm gần đây, nhiều người trở về thăm Việt Nam. Đến hai mươi lăm năm sau tôi mới trở về—trở về Việt Nam, và trở về với con người Việt Nam của tôi. Khi làm điều đó, tôi khám phá ra rằng tôi là một người Mỹ. Tôi không chỉ là người Mỹ, hay là người Việt Nam, mà thật ra tôi là cả hai.

Ngày nay, các gia đình đã được đoàn tụ. Mấy trẻ em chưa hề biết gì về nơi sinh trưởng của bố mẹ lần đầu tiên được nhìn thấy mảnh đất gắn bó với số phận của họ. Nếu câu chuyện của tôi là chuyện rời nước để đến Mỹ trong thời chiến, câu chuyện của thế hệ tới phải là câu chuyện đến thăm Việt Nam trong thời bình. Họ khám phá ra rằng quê hương không phải là một mảnh đất mà là một cảm giác trong trái tim.

—Truong Tran

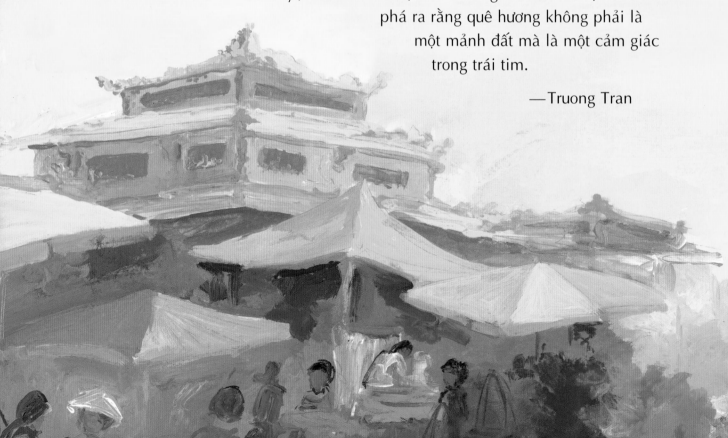

INTRODUCTION

I left Vietnam for America when I was five, only days before the fall of Saigon. In school, I learned English and read stories about kids unlike myself. At home, I spoke Vietnamese and heard stories about cousins just like me in a far off land. My experience is one that is common to many Vietnamese Americans. In recent years, part of that experience has included returning to Vietnam. It took me twenty-five years to return—to Vietnam, and to myself as a Vietnamese. In doing so, I discovered myself as an American. I am not one or the other but in fact both.

Today, families are reuniting. Children of a new generation who were unfamiliar with their parents' birthplace are now seeing for the first time this place that is so very much a part of their identity. If my story is one of leaving and coming to America in times of war, then the story for the next generation should be one of going and coming to Vietnam in times of peace. It is a story of discovering that home is not a place rooted in a country but a feeling rooted in the heart.

—Truong Tran

What's so great about Vietnam anyway? And why do you keep calling Vietnam home? I want to say. Instead I sigh and say, "This trip is taking forever."

"Ami Chi, I told you this would be a long trip. Be patient. We'll be there soon enough," Mom answers.

Mom and Dad haven't been back to Vietnam since they left during the war. They were about my age when they left, but they still think of it as home.

But for me, home has always been our little ruby red house in America, where Mom grows herbs and flowers in the backyard. Home is where you get to go to the Grand Canyon on vacation, or ride on roller coasters at an amusement park.

Outside the window there's nothing but blue. It's kind of how I'm feeling right now.

Tôi muốn hỏi: *Việt Nam có cái gì hay dữ vậy? Mà tại sao bố mẹ cứ gọi Việt Nam là quê hương?* Nhưng tôi chỉ thở dài và nói: "Đi gì mà lâu quá trời."

"Ami Chi," Mẹ tôi trả lời. "Mẹ đã nói với con là chuyến này đi xa lắm. Chịu khó đi. Trước sau gì cũng tới mà, không lâu lắm đâu."

Từ khi họ ra đi, lúc còn chiến tranh, bố mẹ chưa hề trở về Việt Nam. Họ bằng cỡ tuổi tôi lúc họ ra đi, nhưng họ vẫn coi đó là quê hương.

Nhưng đối với tôi, quê hương từ trước tới giờ vẫn là căn nhà màu đỏ sậm ở Mỹ, nơi mẹ tôi trồng rau thơm và hoa ở vườn sau. Quê hương là nơi mà mình được đi Grand Canyon vào mùa hè, hay là được đi xe kéo trên trời ở những hội chợ.

Ngoài trời mây xám. Tôi cũng thấy buồn buồn.

When we step off the airplane the air is humid and thick, and my shorts and T-shirt stick to me. The airport is crowded with unfamiliar faces. Some home!

At the gate Mom runs up to a man who is waiting. She's laughing and crying at the same time. "Ami Chi," she says, "this is my little brother, your Uncle Binh."

"Welcome," he says in funny-sounding English. Uncle Binh has Mom's eyes and nose, but he looks much older. He pinches my cheeks, which I hate. But then he bends over and gives me a pretty paper fan, with a bird whose wings expand when you open it. I guess Uncle Binh isn't that bad. But paper fan or no paper fan, I'd still rather be back home.

Khi xuống máy bay, trời nóng hực, áo và quần xà lỏng của tôi dính bệt vào người. Phi trường đông nghẹt những khuôn mặt xa lạ. Quê hương gì đâu!

Tới cổng ra vào, mẹ chạy đến một người đàn ông đang đứng đợi. Mẹ vừa cười vừa khóc. Bà nói, "Ami Chi, đây là em trai của mẹ, cậu Bình của con đó."

"Chào cháu," cậu nói bằng tiếng Anh nghe buồn cười. Cậu Bình có mắt và mũi giống mẹ, nhưng cậu có vẻ già hơn. Cậu bẹo vào má làm tôi khó chịu. Rồi cậu cúi xuống đưa cho tôi một cái quạt giấy thật đẹp, có hình con chim xòe cánh khi mở quạt ra. Cậu Bình cũng tốt. Nhưng có quạt hay không quạt, tôi vẫn muốn ở nhà mình hơn.

Uncle Binh drives us through Ho Chi Minh City, where motorbikes and bicycle carts called *cyclos* pack the streets. They zip by on both sides of the road.

"Look!" I shout, and point to a boy in the crowd. He calmly carries a bowl of noodles across the street, weaving carefully through the traffic that dances around him.

Dad doesn't notice. He seems to be looking for the city he remembers. He says, "The city's name changed to Ho Chi Minh City when the war ended, but it will always be Saigon to me, the way it used to be."

Uncle Binh shouts out, "Welcome to Saigon!"

Cậu Bình lái xe đi ngang qua
Thành Phố Hồ Chí Minh, đường xá
chật ních xe máy và những chiếc xe
đạp chở người gọi là xích-lô. Họ chạy
vèo vèo hai bên đường.

"Nhìn kìa," tôi la lên và chỉ tay
vào một thằng bé trong đám đông.
Nó bình thản mang một tô mì đi băng
qua đường, len lỏi giữa những đoàn xe nhảy
múa chung quanh nó.

Bố tôi cứ nhìn đâu đâu. Có lẽ ông đang tìm
thành phố trong trí nhớ của ông. Bố nói,
"Người ta đổi tên thành Thành Phố Hồ
Chí Minh hồi hết chiến tranh, nhưng bố
vẫn cứ gọi nó là Sài Gòn như hồi xưa."

Cậu Bình la lên, "Chào mừng cả nhà
về Sài Gòn."

9

We drive through endless rice paddies that wave in the wind like a green sea.

Mom suddenly points to a tiny house in the heart of all this green, and says, "There! That's the house where I was born." The house is no bigger than our garage back home. An old lady stands in the doorway. She smiles, her hand barely covering her dark teeth. Mom runs up to her, laughing and crying like she did at the airport. Dad whispers in my ear, "That is your grandmother, your *ba ngoai*."

When *Ba ngoai* hugs and kisses me, I feel funny. I don't know what to think.

Ba ngoai is pronounced *BAH-woai*

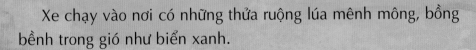

Xe chạy vào nơi có những thửa ruộng lúa mênh mông, bồng bềnh trong gió như biển xanh.

Mẹ tôi bỗng chỉ tay vào một căn nhà bé tí nằm giữa mảng lúa màu xanh, rồi nói, "Kia kìa! Mẹ sinh ra trong căn nhà đó." Căn nhà nhỏ bằng cái ga-ra đậu xe hơi ở bên Mỹ. Có bà già đứng trong khung cửa. Bà cười, bàn tay che không hết hàm răng đen. Mẹ đã nhào ra khỏi xe, vừa cười vừa khóc như lúc ở phi trường. Bố nói thầm vào tai tôi, "Bà ngoại của con đó."

Lúc bà ngoại ôm hôn tôi, tôi thấy là lạ. Tôi không biết nghĩ sao.

Ba ngoai speaks no English. "Don't get frustrated,"
Mom says. "She can talk to you in other ways."

Ba ngoai waves her fan. *Are you hot?* She taps her mouth.
Are you hungry? Before I answer, she offers me sweet-sour
fruits shaped like dragons and stars. I've never tasted anything
like them. I wonder if I'll ever get used to this place.

Ba ngoai is from Hanoi, up north near China. Mom
explains, "When she was younger, *Ba ngoai* had to leave her
home, just like Dad and me." *Ba ngoai* speaks and Mom
translates. "Why talk about such terrible times, when people
had to leave their homes and friends?"

Her question hangs in the air.

Bà ngoại không biết một chữ tiếng Anh nào. "Đừng lo," Mẹ nói.
"Bà sẽ nói chuyện với con bằng nhiều cách khác."

Bà ngoại phe phẩy cái quạt. *Con có nóng không?* Bà chỉ tay vào
miệng. *Con có đói không?* Tôi chưa trả lời, bà đã mang cho tôi mấy
thứ trái cây chua chua, ngọt ngọt, hình thù giống những con rồng và
ngôi sao. Tôi chưa hề ăn trái cây giống vậy bao giờ. Tôi không biết
mình có quen được với cái nơi này không.

Bà ngoại là người Hà Nội, ở ngoài Bắc, gần Trung Quốc. Mẹ giải
thích, "Hồi còn trẻ, bà ngoại cũng phải bỏ nhà mà đi, giống như Bố
với Mẹ vậy." Bà ngoại nói, và mẹ dịch lại. "Thôi kể chuyện đau
buồn ngày xưa làm gì, lúc người ta phải bỏ nhà cửa, bỏ bạn bè đi
nơi khác?"

Câu hỏi của bà lơ lửng trên không.

Two weeks pass. "I want to go home," I say. "It's too hot, Grandma's house is too small, and I can't understand what anyone says."

"I have an idea," Dad says, and winks at Mom.

We all go to *Cho Lon*—the big market. It's not like any market I've ever seen. Instead of one big store, there are a million stalls crammed with all kinds of foods and clothes and tools and things. One man on a bicycle sells chickens. Uncle Binh argues with him for a while, then buys a rooster that looks like a ball of fire.

"Every home in Vietnam should have a pet rooster. What should we name it?" Dad says, and hands it to me. But I've never held a rooster before, and it jumps out of my hands and runs away, squawking.

Hai tuần trôi qua. "Con muốn về nhà," tôi nói. "Ở đây nóng quá, mà nhà bà ngoại chật chội, ai nói gì con cũng không hiểu."

"Bố biết rồi," bố nói, và nháy mắt với mẹ.

Chúng tôi cùng đi *Chợ Lớn*. Chợ này không giống như một cái chợ nào khác ở bên Mỹ. Thay vì một cửa tiệm thật lớn, chợ này có hàng ngàn cái sạp bán đủ thứ đồ ăn, áo quần, dụng cụ và các món đồ khác. Có một ông kia ngồi trên xe đạp bán gà. Cậu Bình cãi qua cãi lại với ông đó một hồi rồi mua một con gà trống giống như một cây đuốc lửa.

"Nhà nào ở Việt Nam cũng phải nuôi một con gà," Bố nói. "Đặt tên nó là gì nào?" Cậu nói rồi đưa con gà cho tôi. Nhưng tôi có hề biết cầm một con gà bao giờ đâu. Con gà nhảy vọt ra khỏi tay tôi, vừa chạy vừa kêu "cục tác, cục tác."

"Hey! Come back!"

I chase the rooster through the stalls and crash into a woman stacking mangoes. She's still shouting at me as I turn the corner. I run faster but I can't catch that dumb bird.

Out of nowhere a boy and girl race past me. I see them up ahead, chasing the flustered rooster. It doesn't know which way to go. Suddenly the girl darts in and grabs the rooster by its bright red belly.

In my awkward Vietnamese I say gratefully, *"Cam on."* *Thank you.*

"You're welcome," the girl says in English. "My name is Thao, and this is my brother Tuan."

"Ê! Chạy đi đâu vậy?!"

Tôi đuổi con gà quanh những sạp hàng và tông nhằm một người đàn bà đang sắp xếp những trái xoài. Tôi chạy mãi ra sau mấy sạp hàng mà vẫn nghe bà la mắng. Tôi cố chạy nhanh hơn nhưng vẫn không bắt được con gà tai quái.

Tự nhiên không biết ở đâu ra, một người con trai và một con bé chạy vượt qua mặt tôi. Tôi thấy họ chạy trước mặt tôi, đuổi theo con gà. Con gà hết đường chạy. Vèo một cái, đứa con gái phóng vào, chụp ngay cái bụng màu đỏ của con gà.

Tôi lí nhí bằng tiếng Việt, "Cám ơn."

"Không có chi," cô bé nói bằng tiếng Anh. "Em tên Thảo, còn đây là anh Tuấn."

17

The rooster squawks in my arms and then settles down as I pet him. We walk back to where Tuan, who is fifteen, left his motorbike. Thao tells me she's seven, one year younger than I am.

Tuan and Thao take me to their mother's stall, where she sells tiny fried canaries. "You can even eat the bones," Tuan says. I'm not so sure I want to try them, so Thao offers me some dried baby bananas instead. They're better than candy. I could spend my whole life eating dried baby bananas.

Tôi ôm con gà trong tay. Nó cứ kêu "Cục tác" rồi ngồi yên sau khi tôi vuốt ve nó. Chúng tôi đi đến chỗ anh Tuấn để xe máy. Anh Tuấn mười lăm tuổi còn Thảo nói Thảo bảy tuổi, thua tôi một tuổi.

Anh Tuấn và Thảo đưa tôi đến sạp hàng của bà mẹ. Bà bán những con chim chiên dòn. "Ăn xương luôn cũng được," anh Tuấn nói. Tôi không dám ăn thử, cho nên Thảo mời tôi ăn mấy miếng chuối khô. Chuối khô này ngon hơn kẹo nữa. Tôi có thể ăn chuối khô suốt đời.

The other customers at the stall seem curious about me. Can they tell I'm not from here?

Tuan says something to his mother and takes off on his motorbike. Thao brings out a pair of chopsticks, and a bunch of smaller sticks that she spills on the ground. "Looks easy," I say happily as Thao picks up one of the small, slender sticks with her chopsticks. She can lift each stick so that the others don't move even a little bit. She is patient and her fingers are careful. But when it's my turn, my clumsy fingers can't get it right. "Try again," Thao says. Finally, I start to get it. I can't wait to show Mom.

Những người khách ở sạp hàng có vẻ tò mò về tôi. Chắc họ biết tôi không phải là người ở đây.

Anh Tuấn nói gì đó với bà mẹ rồi leo lên xe chạy đi. Thảo mang ra một đôi đũa, với một bó cây nhỏ hơn nữa. Thảo trải chúng ra trên mặt đất. "Dễ mà," tôi cười, trong khi Thảo lấy đũa gắp một nhánh cây bé tí. Thảo gắp từng nhánh cây một mà không đụng đến mấy nhánh cây kia. Thảo vừa kiên nhẫn vừa khéo tay. Tôi thì vụng về quá, chẳng làm được gì. "Thử lại đi," Thảo nói. Một lát sau, tôi gắp được mấy nhánh cây. Tôi nóng lòng về khoe tài với mẹ.

"Mom!" I gasp.

"I need to go home," I explain to Thao in a panic. "My parents will be so worried about me. I need to get back to my grandmother's house . . . Home." What if they never find me?

It begins to rain. The deliciously cool water mixes with the tears on my face. It rains here every day before dusk, and it's always a treat. The rain is a neighborhood friend who knocks at your door and asks if you can come out to play.

In the rain I forget that I'm lost. Thao takes my hand. We kick puddles at each other. We catch the drops on our tongues. In the rain we're sisters, very wet sisters!

Tôi la: "Mẹ!"

Tôi cuống quýt giải thích với Thảo: "Chị phải về nhà. Bố mẹ chị sẽ lo lắm. Chị phải về nhà bà ngoại. Về nhà." Lỡ họ không tìm ra tôi thì sao?

Trời đổ mưa. Những hạt mưa mát rượi lẫn với nước mắt trên mặt tôi. Ở đây, trước khi trời tối, ngày nào cũng có một cơn mưa thật mát. Mưa giống như một người bạn cùng xóm, đến gõ cửa rủ đi chơi.

Trong cơn mưa, tôi quên mình đang bị lạc. Thảo cầm tay tôi. Chúng tôi đá chân vào những vũng nước, bắn nước vào người nhau. Chúng tôi lè lưỡi đón những hạt nước mưa. Trong cơn mưa chúng tôi là chị em, hai chị em ướt nhẹp!

Just as the rain tapers off, Tuan returns. "I know where you live," he says in his careful English. He explains that his mother's customers had heard about the family from America that was visiting my grandmother.

Tuan had tried to find Uncle Binh or Dad in the maze of market stalls, but . . . no luck. He found out where our house is, though, and he offers to take me back.

It's hard to say good-bye to Thao. We exchange addresses, and promise to stay in touch. "I'll name my rooster Lucky," I tell Thao, because I'm so lucky to have met her, my new friend.

Đúng lúc mưa vừa tạnh, anh Tuấn về. "Anh biết em ở đâu rồi," anh ngập ngừng bằng tiếng Anh. Anh nói là những người khách hàng của mẹ anh có nghe nói về một gia đình ở Mỹ về thăm bà ngoại của tôi.

Anh Tuấn cố tìm bố và cậu Bình giữa những sạp hàng san sát mà không tìm ra. Nhưng anh biết nhà bà ngoại và nói anh sẽ chở tôi về nhà.

Tôi buồn phải chia tay với Thảo. Chúng tôi trao đổi địa chỉ, và hẹn sẽ viết thư cho nhau. Tôi nói với Thảo, "Chị sẽ đặt tên con gà là May," bởi vì tôi thấy mình may mắn gặp được một người bạn mới.

When Tuan drops me off, *Ba ngoai* is home alone, combing her hair and singing in a tone that is both lovely and sad. Her hair is a flowing river of silver. Her skin looks as if the sun has polished it.

When I come in, she brings out a plate of fruit and gestures for me to eat. She sits by me, very close. I want to ask her the meaning of her beautiful, sad song, but instead I just smile.

When Mom, Dad, and Uncle Binh finally return from the market, *Ba ngoai* is still singing and I am combing her hair.

Khi anh Tuấn chở tôi về đến nhà, bà ngoại ở nhà một mình. Bà đang chải tóc và hát bài nhạc vừa hay, vừa buồn. Tóc của bà giống một dòng suối bạc. Da của bà sạm nắng bóng loáng.

Khi tôi vào nhà, bà mang ra một đĩa trái cây và ra dấu bảo tôi ăn. Bà ngồi xuống, sát bên cạnh tôi. Tôi muốn hỏi Bà về bài hát thật hay mà buồn bã của bà, nhưng tôi chỉ cười.

Khi bố, mẹ và cậu Bình từ chợ về đến nhà, bà ngoại vẫn còn hát, còn tôi đang chải tóc cho Bà.

"We were so worried," Dad says. "We looked for you everywhere!"

I hug him and say, "I thought I'd never find my way home."

"Home?" Dad asks.

I tell them about Thao and about the fried canaries and pick-up sticks. "And I was thinking she and *Ba ngoai* could come to America next summer," I add.

"I'm afraid *Ba ngoai* is too old to travel so far, and besides, this is where she belongs. Vietnam is her home," Dad explains.

"Well, it's my home too," I tell him, "My home away from home! We'll just have to come back."

At this everyone laughs, even *Ba ngoai*. Even me.

Bố tôi nói, "Lo quá. Bố mẹ đi tìm con khắp nơi!" Tôi ôm bố và nói, "Con tưởng con đi lạc mất, không về nhà được nữa."

"Nhà nào?" Bố hỏi.

Tôi kể chuyện gặp Thảo và những con chim chiên dòn, và trò chơi gấp cây. Tôi còn nói thêm, "Con muốn Thảo với bà ngoại đi qua Mỹ vào mùa hè năm tới."

Bố giải thích: "Bà ngoại già rồi, đi xa làm sao được, mà đây là nhà của bà. Việt Nam là quê hương của bà."

"Đây cũng là nhà của con nữa," tôi nói với bố. "Bên này một nhà, bên kia một nhà. Mai mốt phải về nhà này nữa."

Mọi người cười ồ. Bà ngoại cũng cười. Tôi cũng cười.

Two weeks later we pack up and all
load into Uncle Binh's van. At the airport
Uncle Binh says, "Be a good girl," and pinches
my cheek. I don't even mind.

Ba ngoai stuffs dried bananas into my pockets, and
hides rivers of tears behind her hands. We don't need to say the
words for good-bye. She touches my heart with her hand, and I kiss
her cheek. And then we're on our way back home to America.

Before I came to Vietnam, I knew I was American. Here I learned
that I am both Vietnamese and American. I am from the East and I
am from the West. My home is here. My home is there. Home is two
different places, on the left and right sides of my heart.

Hai tuần sau chúng tôi xếp đồ và mang hành lý để lên xe cậu Bình.
Ở phi trường, cậu Bình dặn, "Cháu ngoan nhé," và cậu lại bẹo má tôi.
Tôi không thấy khó chịu.

Bà ngoại nhét chuối khô vào đầy túi áo tôi. Bà lấy tay che những
dòng nước mắt tuôn trào trên má. Chúng tôi không phải nói lời chào
chia tay. Bà xoa tay lên ngực tôi, và tôi hôn lên má bà. Xong rồi chúng
tôi lên đường về Mỹ.

Trước khi đi Việt Nam, tôi biết mình là người Mỹ. Về đây, tôi biết là
mình vừa là người Việt, vừa là người Mỹ. Tôi là người phương Đông và
tôi là người phương Tây.

Quê hương tôi ở nơi đây. Quê hương tôi cũng ở bên đó. Quê hương ở
cả hai nơi, bên trái và bên phải trái tim.

Photo © 1998 by Truong Tran

Author Truong Tran returned home to Vietnam in 1998, where he took this picture of river merchants near the city of Hué.

Truong Tran left Vietnam in 1975 at the age of five. The youngest of five children, he immigrated with his family to the San Francisco Bay Area. Truong is the recipient of several poetry fellowships, and his poems have been published in literary journals such as *ZZYZZYVA*, *The American Voice*, and *Poetry East*. *Going Home, Coming Home* is Truong's first book for children, and was inspired by his nieces and nephews. The author of three critically acclaimed books of poetry, Truong lives, writes, and teaches in San Francisco.

For and because of my niece, the real Ami Chi. —T.T.

Ann Phong was born in Vietnam. In 1981 she escaped Vietnam by boat. After a year of living in refugee camps in Malaysia and the Philippines, Ann settled in Southern California. Ann holds a Master of Fine Art degree from California State University at Fullerton, and has participated in more than forty solo and group shows in galleries and museums. She currently teaches art at California State Polytechnic University, Pomona. Ann lives in Los Angeles with her husband and two daughters, who both love to draw.

For Camellia, Celine, and Colleen Phong. —A.P.

Photo © 1998 by Truong Tran

A busy street in Hanoi, the city where Truong's (and Ami Chi's) ba ngoai *was born. Hanoi is located in northern Vietnam.*

Story copyright © 2003 by Truong Tran
Illustrations copyright © 2003 by Ann Phong

Editors: Dana Goldberg, Ina Cumpiano
Vietnamese translation: Nguyen Q. Duc
Design & art direction: Katherine Tillotson, Dana Goldberg
Special thanks to Rosalyn Sheff, Thien Do, and the staff
of Children's Book Press.

The illustrations for this book were created using acrylic paint
on rag paper. A Teacher's Guide is available for free on our
website at: www.childrensbookpress.org/teachersguide.html

Printed in Hong Kong through Marwin Productions
10 9 8 7 6 5 4 3 2 1

Distributed to the book trade by Publishers Group West.
Quantity discounts are available through the publisher for
educational and nonprofit use.

Library of Congress Cataloging-in-Publication Data

Tran, Truong.
  Going Home, Coming Home / story by Truong Tran; illustrations by
Ann Phong.
    p. cm.
Summary: A young girl visits her grandmother in Vietnam, where her
parents were born, and learns that she can call two places home.
  ISBN 0-89239-179-0
  1. Vietnam—Social life and customs—Fiction. [1. Vietnamese Americans
—Fiction. 2. Vietnam—Fiction. 3. Grandmothers—Fiction. 4. Vietnamese
language materials—Bilingual.] I. Phong, Ann, ill. II. Title.

PL4378.9.T6888C6 2003
[E]—dc21   2002036697

Children's Book Press is a nonprofit publisher of multicultural literature for children, supported in part by grants from the
California Arts Council. Write us for a complimentary catalog: Children's Book Press, 2211 Mission Street, San Francisco,
CA 94110; (415) 821-3080. Visit us at: www.childrensbookpress.org